Welcome to Our Home!

We're glad you're here.

_____

_____

_____

_____

Address: _____

Emergency Contact: _____

Phone/Email: _____

Name: _____ Date: _____

Traveling From: _____

Comments: / Favorite Memory: _____

_____

_____

_____

Name: _____ Date: _____

Traveling From: _____

Comments: / Favorite Memory: _____

_____

_____

_____

Name: _____ Date: _____

Traveling From: _____

Comments: / Favorite Memory: _____

_____

_____

_____

Name: _____ Date: _____

Traveling From: _____

Comments: / Favorite Memory: _____

_____

_____

_____

_____

Name: _____ Date: _____

Traveling From: _____

Comments: / Favorite Memory: _____

_____

_____

_____

_____

Name: _____ Date: _____

Traveling From: _____

Comments: / Favorite Memory: _____

_____

_____

_____

_____

Name: _____ Date: _____

Traveling From: _____

Comments: / Favorite Memory: _____

_____

_____

_____

Name: _____ Date: _____

Traveling From: _____

Comments: / Favorite Memory: _____

_____

_____

_____

Name: _____ Date: _____

Traveling From: _____

Comments: / Favorite Memory: _____

_____

_____

_____

Name: _____ Date: _____

Traveling From: _____

Comments: / Favorite Memory: _____

_____

_____

_____

Name: _____ Date: _____

Traveling From: _____

Comments: / Favorite Memory: _____

_____

_____

_____

Name: _____ Date: _____

Traveling From: _____

Comments: / Favorite Memory: _____

_____

_____

_____

Name: _____ Date: _____

Traveling From: _____

Comments: / Favorite Memory: _____

_____

_____

_____

Name: _____ Date: _____

Traveling From: _____

Comments: / Favorite Memory: _____

_____

_____

_____

Name: _____ Date: _____

Traveling From: _____

Comments: / Favorite Memory: _____

_____

_____

_____

Name: _____ Date: _____

Traveling From: _____

Comments: / Favorite Memory: _____

_____

_____

_____

Name: _____ Date: _____

Traveling From: _____

Comments: / Favorite Memory: _____

_____

_____

_____

Name: _____ Date: _____

Traveling From: _____

Comments: / Favorite Memory: _____

_____

_____

_____

Name: _____ Date: _____

Traveling From: _____

Comments: / Favorite Memory: _____

_____

_____

_____

Name: _____ Date: _____

Traveling From: _____

Comments: / Favorite Memory: _____

_____

_____

_____

Name: _____ Date: _____

Traveling From: _____

Comments: / Favorite Memory: _____

_____

_____

_____

Name: _____ Date: _____

Traveling From: _____

Comments: / Favorite Memory: _____

_____

_____

_____

Name: _____ Date: _____

Traveling From: _____

Comments: / Favorite Memory: _____

_____

_____

_____

Name: _____ Date: _____

Traveling From: _____

Comments: / Favorite Memory: _____

_____

_____

_____

Name: _____ Date: _____

Traveling From: _____

Comments: / Favorite Memory: _____

_____

_____

_____

Name: _____ Date: _____

Traveling From: _____

Comments: / Favorite Memory: _____

_____

_____

_____

Name: _____ Date: _____

Traveling From: _____

Comments: / Favorite Memory: _____

_____

_____

_____

Name: _____ Date: _____

Traveling From: _____

Comments: / Favorite Memory: _____

_____

_____

_____

Name: _____ Date: _____

Traveling From: _____

Comments: / Favorite Memory: _____

_____

_____

_____

Name: _____ Date: _____

Traveling From: _____

Comments: / Favorite Memory: _____

_____

_____

_____

Name: _____ Date: _____

Traveling From: _____

Comments: / Favorite Memory: _____
_____
_____
_____

Name: _____ Date: _____

Traveling From: _____

Comments: / Favorite Memory: _____
_____
_____
_____

Name: _____ Date: _____

Traveling From: _____

Comments: / Favorite Memory: _____
_____
_____
_____

Name: _____ Date: _____

Traveling From: _____

Comments: / Favorite Memory: _____

_____

_____

_____

_____

Name: _____ Date: _____

Traveling From: _____

Comments: / Favorite Memory: _____

_____

_____

_____

_____

Name: _____ Date: _____

Traveling From: _____

Comments: / Favorite Memory: _____

_____

_____

_____

_____

Name: _____ Date: _____

Traveling From: _____

Comments: / Favorite Memory: _____

_____

_____

_____

Name: _____ Date: _____

Traveling From: _____

Comments: / Favorite Memory: _____

_____

_____

_____

Name: _____ Date: _____

Traveling From: _____

Comments: / Favorite Memory: _____

_____

_____

_____

Name: _____ Date: _____

Traveling From: _____

Comments: / Favorite Memory: _____

_____

_____

_____

Name: _____ Date: _____

Traveling From: _____

Comments: / Favorite Memory: _____

_____

_____

_____

Name: _____ Date: _____

Traveling From: _____

Comments: / Favorite Memory: _____

_____

_____

_____

Name: _____ Date: _____

Traveling From: _____

Comments: / Favorite Memory: _____

_____

_____

_____

Name: _____ Date: _____

Traveling From: _____

Comments: / Favorite Memory: _____

_____

_____

_____

Name: _____ Date: _____

Traveling From: _____

Comments: / Favorite Memory: _____

_____

_____

_____

Name: _____ Date: _____

Traveling From: _____

Comments: / Favorite Memory: _____

_____

_____

_____

Name: _____ Date: _____

Traveling From: _____

Comments: / Favorite Memory: _____

_____

_____

_____

Name: _____ Date: _____

Traveling From: _____

Comments: / Favorite Memory: _____

_____

_____

_____

Name: _____ Date: _____

Traveling From: _____

Comments: / Favorite Memory: _____

_____

_____

_____

Name: _____ Date: _____

Traveling From: _____

Comments: / Favorite Memory: _____

_____

_____

_____

Name: _____ Date: _____

Traveling From: _____

Comments: / Favorite Memory: _____

_____

_____

_____

Name: _____ Date: _____

Traveling From: _____

Comments: / Favorite Memory: _____

_____

_____

_____

_____

Name: _____ Date: _____

Traveling From: _____

Comments: / Favorite Memory: _____

_____

_____

_____

_____

Name: _____ Date: _____

Traveling From: _____

Comments: / Favorite Memory: _____

_____

_____

_____

_____

Name: _____ Date: _____

Traveling From: _____

Comments: / Favorite Memory: _____

_____

_____

_____

Name: _____ Date: _____

Traveling From: _____

Comments: / Favorite Memory: _____

_____

_____

_____

Name: _____ Date: _____

Traveling From: _____

Comments: / Favorite Memory: _____

_____

_____

_____

Name: _____ Date: _____

Traveling From: _____

Comments: / Favorite Memory: _____

_____

_____

_____

_____

Name: _____ Date: _____

Traveling From: _____

Comments: / Favorite Memory: _____

_____

_____

_____

_____

Name: _____ Date: _____

Traveling From: _____

Comments: / Favorite Memory: _____

_____

_____

_____

_____

Name: _____ Date: _____

Traveling From: _____

Comments: / Favorite Memory: _____

_____

_____

_____

Name: _____ Date: _____

Traveling From: _____

Comments: / Favorite Memory: _____

_____

_____

_____

Name: _____ Date: _____

Traveling From: _____

Comments: / Favorite Memory: _____

_____

_____

_____

Name: _____ Date: _____

Traveling From: _____

Comments: / Favorite Memory: _____

_____

_____

_____

Name: _____ Date: _____

Traveling From: _____

Comments: / Favorite Memory: _____

_____

_____

_____

Name: _____ Date: _____

Traveling From: _____

Comments: / Favorite Memory: _____

_____

_____

_____

Name: _____ Date: _____

Traveling From: _____

Comments: / Favorite Memory: _____

_____

_____

_____

Name: _____ Date: _____

Traveling From: _____

Comments: / Favorite Memory: _____

_____

_____

_____

Name: _____ Date: _____

Traveling From: _____

Comments: / Favorite Memory: _____

_____

_____

_____